ચાલ કલમ લખીએ કવિતા

Published By

www.poetryworld.org

Chaal Kalam Lakhiye Kavita

Written by Thakkar Hetalben Pankajkumar 'Hetpank'

Published by: Poetry World Org

Publisher's Address: Haryana

Printed under PWO in India

Cover Image source Pinterest

Edition: I (2023)

ISBN (Paperback): 9789389959833

Book Design by Poetry World

POETRY WORLD ORG 2023

ચાલ કલમ લખીએ કવિતા

ઠક્કર હેતલબેન પંકજકુમાર.
'હેતપંક'

એક નાનકડા વિચાર બીજમાંથી અંકુરિત થઈને "ચાલ કલમ લખીએ કવિતા" વિચાર યાત્રા બનવા જઈ રહી છે એનો અનહદ આનંદ છે.

પ્રસ્તુત કાવ્ય સંગ્રહ મારો પ્રથમ કાવ્ય સંગ્રહ છે. આ કાવ્યસંગ્રહ અલગ-અલગ વિષય લઈને સંપાદન કરવામાં આવ્યો છે. ક્યાંક કોઈ રચના ખોડંગાતી હોય એવી પણ મળે તેમ છતાં બહુધા કવિતાઓ આપને ગમશે એવી આશા છે.

"શબ્દ ઉગતો જાય છે.
પ્રકાશ પીવાતો જાય છે;
કવિતા લખાતી જાય છે
ક્યાંથી લખાય છે આ કવિતા
એ જ સમજાતું નથી"

ચાલો કલમ લખીએ કવિતા....

અમદાવાદ જિલ્લાનાં બદરખા ગામમાં રહેતા, ત્યાંથી જ મારા કાવ્યોની રચના થઈ. એ ગામનો સીમાડો પાછળ રહી ગયો અને મારું કવિત્વ જાણે કોચલા માંથી બહાર આવ્યું. લખવાનો શોખ પહેલેથી હતો. એક ડાયરી બનાવી અને ધીમેધીમે કવિતા લખવાની શરૂ કરી, પસંદગીના કાવ્યોનો સંગ્રહ બનાવ્યો. પછી તો જાણે બંધાણી થઈ જવાયું. સપ્તપદીના ફેરા ફર્યા દાંપત્ય જીવનમાં પગલા માંડ્યા પછી લખવાનું ઘણું ઓછું થઈ ગયું. આમ કહો તો બંધ જ થઈ ગયું.

એક દિવસ કબાટ સાફ કરતા મારી ડાયરીઓ મને મળી. મન ખૂબ જ આનંદિત થઈ ગયું. મારી મરી પરવારેલી ઈચ્છાઓ ફરી જાગૃત થઈ ઉઠી. એક સખીના સહયોગથી સાહિત્ય ગ્રુપમાં જોડાઈ. હાલ એવા આઠેક સાહિત્ય ગ્રુપમાં જોડાયેલી છું. છ એન્થોલોજીમાં પણ ફાળો આપ્યો છે. ધાર્મિક સાહિત્યમાં પણ લેખ લખ્યા છે. "ચાલ કલમ લખીએ કવિતા" એ મારો પ્રથમ કાવ્ય સંગ્રહ છે.

હેતલબેન પંકજકુમાર ઠક્કર "હેતપંક"
અમદાવાદ જિલ્લાના, બાવળા ગામના વતની,
PTC, M.A. (સોશિયોલોજી) નો
અભ્યાસ કરેલો છે.
હાલ બાવળામાં આ.કે. વિદ્યા મંદિરમાં
(ઉચ્ચ પ્રા. વિભાગમાં) શિક્ષક તરીકે
ફરજ બજાવું છું.
વાંચન, લેખન, ચિત્રકળાનો શોખ છે.

અર્પણ

જેની સાથે અમૂલ્ય વર્ષો વિતાવ્યા છે, જેના ગાંભીર્ય અને

પ્રેમાળ વ્યક્તિત્વનો સહારો, મને હંમેશા મળતો રહ્યો છે.

જેની ઈચ્છાથી મારી કલમ, કવિતા લખવા પ્રેરાઈ છે;

એવા મારા રામ,

અને જેની આગળ બધી લાગણીઓ વ્યક્ત કરી છે,

એવા વિશ્વાસ સાથે કે;

એ હંમેશા મારી સાથે છે.

એવા મારા ઘનશ્યામ પ્રભુને

અને લેખન માટે મને

પ્રેરણા આપનાર બધાને.......

સૂચિ

અચરજ પમાડે છે

પ્રાણ તત્વરૂપ હે ઈશ્વર!

મેં તને લોકોના હાથે વેચાતો જોયો છે.

અચરજ પમાડે છે આ વાત.

ગરીબ યુવાન હૈયામાં મેં;

અતૃપ્ત આત્માને ભટકતા જોયા છે.

અચરજ પમાડે છે આ વાત.

જીર્ણ થઈ ગયેલ ઝૂંપડીમાં.

મેં આશાના મીનારા જમીન દોસ્ત થતા જોયા છે.

અચરજ પમાડે છે આ વાત.

મનના નિર્મળ શ્વેતચંદ્રને;

મેં સદાને માટે અસ્ત થતો જોયો છે.

અચરજ પમાડે છે આ વાત.

અનુપમ અવનીની ઘેરી નીંદમાં.

મેં સ્વપ્નોની લાશો જોઈ છે.

અચરજ પમાડે છે આ વાત.

કંઈ કેટલાય લોકોએ સેવેલા;

અરમાનોની કબર જોઈ છે મેં.

અચરજ પમાડે છે આ વાત.

અણુ અણુમાં તું

હે! શિવ સંકટ હરન;

    હર સંકટ સૌના.

તુજ વ્યાપેલ અણુ અણુમાં,

    સી વિસાત પરમાણુની.

હે! શિવ લહેરી ગંગાધારી.

    મહેશ્વર તું શિવ.

આત્મામાં લીન જટાધારી.

    તુજ પરમાત્મા પરમ પિતા.

પાર્વતીના પતિ ભોળીયા.

    હે! દેવાધી દેવ મહાદેવ.

નંદીના સ્વામી મહેશ્વર,

    તું દયાળુ; તુજ કૃપાળુ.

તું જગતનો નાથ.

અધિકાર નથી

વહી જાય છે વહેણ સમયનું.

પણ મનનું વહેણ બદલાતું નથી.

મન હજુ માનતું નથી.

તારા પર મારો અધિકાર નથી.

સતત તારું મનન કરવા.

મૌન પણ રહેવાતું નથી.

ભૂલી જાઉ છું નામ મારું.

પણ નામ તારું ભુલાતું નથી.

ભૂલી જાઉ છું નફરત તારી.

પણ પ્રીતના વચનો ભુલાતા નથી

મારી જાતને મીટાવી હું તને,

જીવન અર્પણ કરી દઈશ.

વીણી લઈશ હું દુઃખ તારા.

પુષ્પો રાહમાં પાથરતી રહીશ.

મારા પ્રેમની સુવાસથી તારા.

જીવનને મહેકાવી દઈશ.

અમીરાત મજાની

માના આંચલ થી શાળાના પ્રાંગણ વચ્ચેની;

મને મળેલી અમીરાત મજાની.

કંઈક કુતુહલ મારા નયનમાં છલકાય,

યુવાન થતા યુવાનીની અમીરાત મજાની.

થયો મને સંગ તારો ઓ પ્રિયતમ.

રંગાવુ તારા રંગમાં તેની અમીરાત મજાની.

લાગણીનું ક્યારેય દમન, દહન ન કરતા.

ઉર્મિયો મઢી મારી સોગાત મજાની.

અફસોસ રહેશે જિંદગીમાં જો ભૂલી જશો.

સાથે રહી જીવન જીવવાની મજા અનેરી.

અરમાન

અંધારી રાત્રે તારલીયા પ્રકાશતા.

મનમાં ઘણા અરમાન ઉભરાતા.

ઘણું કમાવિશ ધન વ્યાપારમાં,

કરીશ હું પૂરી ઈચ્છા બધાની;

પણ મંજૂર ન હશે કુદરતને,

અચાનક વાદળ વ્યોમ છવાયા;

તારા સૂર્ય બધા લપાયા,

પવન ફૂંકાયો ગગનમાં.

ઉછળે મોજા મહાકાય સાગરમાં.

વહાણ મારું મધદરિયે ઝોલા ખાય.

ખૂબ લાગે ડર મને પ્રભુ.

સંભાળ તું જ વહાણ મારું;

તવ કૃપા તણો મોહતાજ છું.

તમવીન ઉદ્ધાર નહીં હરિ મારો.

આવ રે વરસાદ!

આવ રે વરસાદ મારો વહાલો વરસાદ;

ઉની ઉની ખીચડી ને મેગીના ભજીયા,

પૃથ્વીને મળે પાણી દુકાળને લે હણી;

આવ રે વરસાદ સાંબેલા ધાર વરસાદ,

મોરની કળાને, દેડકાનું ડ્રાઉં ...ડ્રાઉં....

ઝરમર ઝરમર પડે આભથી મોતીડા,

આવ રે વરસાદ ઢેબરીયો વરસાદ,

વરસતા વરસાદમાં મારે નાહવું છે.

રેઇનકોટ -છત્રી મારે પહેરવા નથી;

આવ રે વરસાદ સૌનો છે તારણહાર.

મારે ગીતા વરસાદનું ગાવું છે,

વરસતા વરસાદમાં મારે નાવું છે;

આવ રે વરસાદ મારે હોડી છે તારવી,

કાગળની હોડી પણ બાળપણની યાદો,

શંખલા -છીપલા મારે વીણવા છે,

આવ રે વરસાદ ખેડૂતનો પ્યારો વરસાદ.

આવશે મળવા મને

વરતારો તારી હાજરીનો મારા હ્દયને આવશે.

આ રેશમી વરસાદી વાયરો ભીંજાઈ જશે,

આ પુષ્પના પગરવ તાગી શકેતો તાગ જે;

ખુશીની પળ માંગી; આપી શકેતો આપજે;

ચાહે તો લઈલે આ આયખું મારું;

તારા પ્રેમપર તો દસ્તક છે મારા.

સમય અને પ્રેમ તારો છે અવિચળ, અવિભક્ત;

તારલાઓ છે અસંખ્ય બ્રહ્માંડ માહિ,

તારા પ્રેમની શક્તિ છે અગાધ અને અમાપ;

બિછાઉ છું હ્દય આ રાહમાં તારી;

વિશ્વાસ છે અતૂટ તું આવશે મળવા મને,

નયનના મોતિયો વેરી વ્યથાઓને વધાવી છે.

તું આવશે માટે સત્કારવાને બિછાવી છે આંખો.

આવી મોટી આફત

થઈ તબાહી ઘણી પૃથ્વી પર.

છે જવાબદાર મહદ અંશે મનુષ્ય રે....

આડેધડ કાપવા લાગ્યો વૃક્ષો ઘણા;

કોતરી પથ્થરને કર્યા બોગદા રે લોલ...

સર્વત્ર થયો હાહાકાર ધરા પર,

પડ્યો વરસાદને આવ્યું પુર રે....

થઈ ખુવારી માલ -મિલકતની ઘણી,

તણાયા ઢોરઢાખર, સરસ સામાન રે લોલ....

અંધારપટ થયું પૃથ્વી પર ઘણું,

પૂર પીડિતની મદદે જાય દોડી ઘણા રે...

ફાટી નીકળ્યો છે રોગચાળો રે લોલ....

સૌ કહે પૃથ્વી પર આવી મોટી આફત રે....

છતાં કરે છે ઘણું પ્રદૂષણ રે લોલ...

પ્રભુ કૃપા એ સમી તબાહી રે લોલ...

ઉરનું દ્વાર

કલ્પના કરું હું તો કેવી રીતે?

ઉરનું આ દ્વાર સ્નેહમિલનનું ધામ;

વિચારું હું તો કેમ કરી વિચારું?

તમે બોલ્યા જ્યાં સ્નેહથી મળવાની વાત;

હું તો શમણામાં ક્યાંક ક્યાંક ઘુમી વળી.

મારી મનના મંજુશાની મોંઘી મૂડી.

કોઈ બોલે જ્યાં મળવાની વાત મને.

મને ફૂટે જો પાંખો હું તો જાઉ ઉડી.

મારું મનગમતું મિલન એ તો સ્નેહ મિલન.

ઉરમા સમાય નહીં એટલો આનંદ મને.

ઋતુઓનો રાજા

આવી આવી રૂડી વસંત....

આગવા રૂપ,રંગ, સૌંદર્ય સાથે,

આગમન તારું થતાં વૃક્ષો સૌ ખીલી ઉઠે.

વનસ્પતિમાં પ્રાણ પૂરે તું.

વૃક્ષો નવ પલ્લવીત થાય.

ડાળીએ-ડાળીએ કૂંપળો ફૂટે

આમ્રવૃક્ષ પર કોયલ ટહુકે

ફૂલે ફૂલે ભમરા કરે ગુંજારવ.

કેસુડો કુદરતની શોભા વધારે.

સૂર્યના કોમળ કિરણ સ્પર્શ,

આહલાદક તાજગી દે છે ભરી.

વસંત ઉલ્લાસ પ્રેરે,

લોક હૈયા આનંદથી ઝૂમે.

કવિઓએ ઘણા લાડ લડાવ્યા તને.

સૌ કહે સ્ફૂર્તિદાયક તને,

કહેવાય તું ઋતુઓનો રાજા.

સૌ ઋતુઓ કરતા,

સૌંદર્ય તારું નિરાળુ.

એક અરજ તને

હે ઈશ્વર! કરું એક અરજી તને.

પાપણ ઝુકાવી કરું શરણાગતિ તારી.

એના હ્રદય આકાશમાં પંખી બની ઉડ્યા કરું.

એમની મુસ્કાન જીવન મારું એની સ્મૃતિમાં જીવ્યા કરું.

હે ઈશ્વર! એક અરજ તને

હ્રદયદ્વારેથી એને જોયા કરું, પામ્યા કરું.

એ સપ્તરંગી મીઠી લહેરે સંધ્યા બની ખીલ્યા કરું.

હે ઈશ્વર! એક અરજ તને.

એના પ્રેમમાં અહોનિસ રાર્યા કરું.

રહે હર હંમેશા સાથ અમારો અરજી એ જ.

હે ઈશ્વર એક અરજ તને.

રહે જન્મો જનમ સાથ અમારો એ જ અરજ તને.

એવું દે

હે ઈશ્વર આ વર્ષે કંઈક નવું કરી શકું
એવી શક્તિ દે...
મનમાં હંમેશા તારું જ ચિંતવન કરું
એવી ભક્તિ દે...
સૌમા નવી આશાના દિપ પ્રગટાવી શકું
એવું જોમ દે...
માન, અહંકાર, ઈર્ષા બાજુ પર મુકુ
એવું મન દે...
'પ્રેમનું ઝરણું' વહાવી શકું સૃષ્ટિમાં
એવો પ્રેમ દે...
ફૂલ સમા ભૂલકાઓમાં નવું જોમ જગાવી શકું
એવું બળ દે...
રંગબેરંગી મોરપીંછ ની જેમ બધા રંગ ભરી શકું
એવો રંગ દે...
હે! સર્જનહાર તવ આભારવશ બની રહું
"હેતપંક" ને એવી શક્તિ દે...

કુસુમ

રડું કુસુમ

    ચડતું દેવસીરે

    તે કરમાય.

મહેકી ઊઠે

    કુસુમ કાદવમાં

    તોએ છે શોભે.

ફોરે કળી થી

    સુગંધી મનમોહી

    હાર કુસુમ

ખમ્મા વીરાને

હૈયાના હેતથી બનાવી મેં રાખડી.

પ્રેમના સિંચનથી બનાવી મેં રાખડી.

રાખડી કેવી સોહાય વીરાની રાખડી.

રાખડીમાં ટાક્યા મેં મનના મોતીડા.

રેશમની દોરીથી ગુંથી મેં રુડી રાખડી.

અક્ષત કુમકુમથી પોખ્યો મે ભાઈને

પળપળ મનથી ઉતરે આશિષ છે.

રક્ષા બાંધી હું તો લવ રે ઓવારણા.

માંગુ ઈશ્વર પાસ વીરની રક્ષા કાજ.

જુગજુગ જીવો ખમ્મા મારા વીર તમે.

અંતરથી આરતી ઉતારું મારા વીરની.

હેત અને પ્રેમનું સૂત્ર છે રાખડી.

ભાઈ અને બહેનનો પ્રેમ છે રાખડી.

હૈયાના હેતથી બાંધી મેં રાખડી.

ઘાત ચક્રવાતની

ચક્રવાત..... ચક્રવાત.... ચક્રવાત.....

ચોરેને ચૌટે બસ વાત એક જ ચક્રવાત.

બીપોરજોયની અસરોની સંભળાય વાત.

મહાવિનાશકારી વ્યાપકનુકસાન ચક્રવાતથી.

જેટલી એની ઝડપ એટલાજ લોકોનું સ્થળાંતર.

યોજીવીસીએલ, પશ્ચિમ રેલવે, એનડીઆરએફ, કંટ્રોલરૂમ;

જ્યાં જુઓ ત્યાં બસ તૈયારીઓ જ દેખાય.

વધ્યું વિજ્ઞાન પણ ટાળી શકે ન ઘાત ચક્રવાતની.

રહેવું સાવચેત, સાવધાન આપીને એક મેકને સાથ સહકાર.

તણાયા ઘરબાર તેને રાતા પાણીએ રોતા જોયા છે.

દાદાસોમનાથ, દ્વારકાધીશના રખોપા પણ જોયા છે.

પ્રભુ ભરોસે મહાચક્રવાતને અમે ટળી જતા જોયા છે.

ચંદ્રયાન ઉજવણી

આવ્યો ગૌરવનો દિન દેશ માટે.

સર્જ્યો ઇતિહાસ ચંદ્રયાન-3 એ

દક્ષિણ ધ્રુવની સપાટી પર પ્રથમ પહોંચી;

સર્જ્યો વિક્રમ ભારત દેશે.

સતસત નમન સૌ વૈજ્ઞાનિકોને.

ચાંદ પર લેહરાયો તિરંગો ગર્વથી.

ધરતી માતા મળ્યા ચાંદામામાને.

અપાવી દેશને સિદ્ધિ ગૌરવ પૂર્ણ.

ડંકો વાગ્યો વિશ્વમાં ભારત દેશનો,

ઉજવાયો ઉત્સવ અનેરો સૌ જગ્યાએ.

કર્યા સપના કરોડો ભારતવાસીઓના પુરા.

આખા દેશમાં નામ કર્યું રોશન.

થયો જયજય કાર વિશ્વમાં.

જય ભારત, જય વિજ્ઞાન.

છે તું રત્નાકર

મનમાં વિચારોના મોજા ઉછળે;

    બની મહાસાગર ઘૂઘવે,

અખૂટ જળભંડાર છે તોએ;

    ન છીપે તરસ એનાથી,

લખલુટ સંપત્તિ છે પેટાળમાં;

    જાણીતો છે તું રત્નાકરથી,

પ્રચંડ ઉછળે મોજા એના;

    ધારે તો જગ પર સર્જે તારાજી,

સૂર્ય તણી ગરમી કરે સહન;

    ને આપે સૌને મીઠું જળ,

છો હોય પોતે ખારો ઉસ;

    છે જળચરનો આશ્રયદાતા,

સૌ ભોજનમાં સ્વાદ છે તારાથી;

    તું છે પૃથ્વીનો સૌથી વધુ વિસ્તાર,

નદીઓ સૌ આવી તને મળે;

    તું તો છે મહાસાગર,

જગતના સર્વધાર

હે! જીવદાતા હે! કૃપાળુ કૃપાનિધિ;

હે પ્રભુ! તું છે સર્વાધાર જગતનો,

તું જ પ્રકાશને અંધકાર પણ તું જ;

તું જ ચલાવે જગને સર્વશક્તિમાન તું,

ઇચ્છીએ શક્તિ એવી પ્રભુ અમે;

તન, મન, ધનથી કરીએ ભક્તિ તારી,

તારી ભક્તિથી મળે મુક્તિ અમને.

જળબંબાકાર

વરસે મન મૂકી મેઘ ધરા પર;

ખીલે ફુલ રંગબેરંગી અવનવા,

ભીની માટીની જાણે ફૂટીને ધાર;

જઈ પહોંચી આ વાદળી હૈયા મહી

ઠરે છે આંખો લીલી વનરાજી જોઈને;

પણ થયું અચાનક આ આભને શું?

ફાટી પડ્યું ધરતી પર જોત જોતામાં

સરતી સરિતામાં આવ્યા ધસમસતાપુર,

આવી પડી ધરા પર કુદરતી આપદા;

થઈ રહ્યું જળબંબાકાર સર્વત્ર,

તણાયા સર સામાન ને ઢોરઢાંખર ઘણાં,

થઈ ગયો હાહાકાર માનવ મહેરામણમાં;

વિનંતી કરે સૌ સાથે મળી તારણહારને,

હે પ્રભુ! કરો રક્ષા કુદરતી આપદાથી.

ઠરે છે આંખ

ગ્રીષ્મ થાય વિદાય ને આવે વર્ષા;

આકાશ છવાઈ વાદળ કાળા ડીબાંગ,

થાય મેઘ પધરામણી વીજ ચમકારા સાથે.

ધરતીની આવે ભીની મીઠી સોડમ,

લીલી ચુંદડી ઓઢી રે ધરતી ધરે નવું રૂપ.

લીલુછમ ઘાસ જોઈ ઠરે છે આંખ,

ખેડૂને આનંદના ઓઘ ઉમટે;

થાય મબલખ પાક ધરતી પર.

ધરતી કેરું છે સૌંદર્ય આગવું,

પ્રગટે નવ ચેતના પ્રકૃતિમાં.

પ્રવૃત્તિથી ધબકવા લાગે જનજીવન.

અદભુત, અનન્ય, અહલાદક વાતાવરણ.

વર્ષાની પ્રથમ હેલી છે પૃથ્વીની સહેલી.

તને જોયા કરું

મન મંદિરમાં બેસાડ્યા તમને,

હવે ન દઈશું જાવા.

તમે છો મન મીત મારા પ્રિયે,

અમારા માટે શું છો તમે;

વ્યર્થ લાગે છે પૂછવું એ.

ભલે તમે સંતૃપ્ત ન હોવ મારાથી

ભવોભવ હમસફર માન્યા છે.

એક દિશાના છેડા આપણે,

એક તમે, એક અમે,

દૂર છીએ એકબીજાથી;

તોય લાગો છો પાસ તમે.

હૃદયના દ્વારેથી તમને જોયા કરું.

તરિયા તોરણ

કમાડે બાંધ્યા છે આસોપાલવના તોરણ में.

લખ્યા છે में લાભ અને શુભ.

આલેખ્યા શ્રી સવા પાને.

કળશ અને શ્રીફળ પર મૂક્યા નાગરવેલના પાન.

મૂક્યા તુલસી પત્ર में પૂજામાં.

મંદિરે બાંધ્યા में તો તરિયા તોરણ.

તરભાણામાં લીધું में તો કંકુ.

હેતેથી હળવેથી રહી ઘોળી.

સ્નેહના સાથિયા દોર્યા में તો.

અવસરના તોરણીયા લીલું હસ્યા કહે,

નાનું છે આયખું મોટી છે આશા.

એમાં થઈ જતી કેટલીક ભૂલ.

પીળા એ પાન ખર્યા,

હસે છે લીલુ પાન,

ખીલવા ખરવાની વચ્ચે તો,

જીવતા જાણે છે આ ફૂલ.

તહેવારોના રંગ

કંટાળે છે સૌ એકધાર્યા જીવનથી.

આવે તહેવારો નવા રંગ ભરે જીવનમાં.

લાગે નીરસ જિંદગી જ્યારે,

જીવનને રસ પૂર્ણ બનાવે તહેવારો.

તહેવારોના પ્રકાર અનેક;

સૌના તહેવાર અલગ -અલગ તોયે.

સૌ સાથે મળી ઉજવે તહેવારો.

વસંતપંચમી આવે પ્રકૃતિનો તહેવાર લાવે.

થાય વાતાવરણ રમણીય.

સંસ્કૃતિને ધબકતી રાખવા.

આવે સાંસ્કૃતિક તહેવાર;

સામાજિક જીવનને ઘનિષ્ઠ બનાવે

માણસ-માણસ વચ્ચે અંતર ઘટાડે.

રાષ્ટ્રીય તહેવારોથી રાષ્ટ્રભાવના કેળવાય.

પરસ્પરના સંબંધો બનાવે મીઠા.

સૌ હળીમળીને સાથે ઉજવે તહેવારો.

આનંદ ઉલ્લાસ થી ભરી દે જિંદગી.

નવલા રૂપ રંગભરી દે તહેવારો.

તું વસે મારામાં

એક જીવ બે ખોળીયા છીએ આપણે;

તું વસે મારામાં હું તારામાં,

તું તો છે જીવનસાથી મારો

ક્યારેય અળગા ન થઈએ આપણે;

આયખામાં રક્ષાકવચ છે તું

તું તો છે જીવનસાથી મારો.

તું મારા જીવનની સર્વોત્તમ ક્ષણો છે;

સપ્તપદીના વચનો નિભાવીશ

તું તો છે જીવનસાથી મારો.

મારા મનનો વિચાર સાંગોપાંગ સમજનાર;

ઈશ્વર જેવો વિશ્વાસ છે તારામાં,

તું તો છે જીવનસાથી મારો.

વિશેષ થી સવિશેષ છું મારા માટે;

દરેક સફરમાં મને સાથ આપનાર,

તું તો છે જીવનસાથી મારો.

હમસફર, હમદમ, હમકદમ, પ્રિયતમ.

જીવથી પણ વિશેષ છો,

તું તો છે જીવનસાથી મારો.

તુજ દર્શન

વટેમાર્ગુ હું તારી વાટની હે વાસુદેવ!

મુજ ભક્તિ સિદ્ધ કરાવી જા શ્યામ..

અજ્ઞાન, અંધકારમાં અટવાઈ રહી છું ઠાકર.

પ્રભાત બની પ્રકાશી જા હે કમલા નાથ!

જળ વિના મીન સમી છું દ્વારકાધીશ.

તુજ ભક્તિ સાગરમાં ડુબાડી જા કાના.

ઝંખું છું તુજ દર્શનને હે બંસીધર!

આવી ઝલક બતાવી જા ગોવિંદ.

ચીર પાનખર સી આ જિંદગીમાં રણછોડ..

વસંત બની મહેકાવી જા માધવ...

થઈ વિમુખ તું કેમ વર્તે છે યશોદા

વત્સલ?

તુજ સાનિધ્ય અપાવી જા દેવકીનંદન.

"હેતપંક" કરે વિનંતી શ્રી હરિને

એકવાર તો દર્શન દાન આપી જા ક્રિષ્ન!

તું યાદ આવે છે

જ્યારે તું યાદ આવે છે

　　મનમાં ઉદાસી છલકાય છે.

ગ્રીષમનો ગરમ વાયરો મને

　　જ્યારે દાહ આપે છે.

ત્યારે છલકતી આંખો સાથે

　　મને તું જ યાદ આવે છે.

જ્યારે આ મૃદુ હૃદય

　　ખૂબ જ દુ:ખી થાય છે.

એ દુ:ખ જોઈને

　　મને તારી યાદ આવે છે.

આનંદની ક્ષણો પાછળ પણ

　　એક દુ:ખનું ઝરણું વહે છે.

પણ એ ખારો સાગર બની જાય છે

　　ત્યારે મને તું જ યાદ આવે છે.

ક્યારેક એકલતાના આકાશમાં

　　કાળા વાદળો ઘેરાય છે.

ને પીડાનો વરસાદ ભીંજવી જાય છે

　　જ્યારે તું યાદ આવે છે.

તું સાથે હોય

મળે જો સથવારો તારો,

    જગ પણ જીતી લઉ હું.

નામ વગરના સંબંધમાં,

    જંગ પણ જીતી લઉ હું.

નથી જોઈતું મારે કશું જ,

    તારી પાસેથી એ પ્રિયે.

જે નથી આપણું છતાં,

    આપણું જ હોવું જોઈએ

બસ તારી ખુશીમાં જ ખુશ છું,

    કહેનાર કોઈ હોવું જોઈએ!

એનો હાથ પકડીને પાસે,

    બેસવાનું બસ મન હોવું જોઈએ.

મળી જાય સથવારો તારો,

    મુશ્કેલ ડગર પણ સરળ લાગે.

બસ તું સાથે હોય ત્યારે,

    સઘળું સરળ લાગ્યા કરે....

દાંપત્ય

આનંદનો ઓધ ઉમટે;

    જોઉ જ્યારે સાયબો મારો.

હું રંગે છું શામળી;

    એ બન્યા મારો શણગાર.

સાયબો મારો એવો ફૂટડો;

    નીરખ્યા કરું એને મન ભરી.

લોકો કહેતા જોદું કેવું?

    અર્ધનારી નટેશ્વર જેવું.

ખસુ જરા આવી બેસો પાસે;

    દાંપત્ય શું ચીજ છે?

જગ જાણે ભલી ભાતે;

    પ્રીત રાધા શ્યામની.

દીકરી વિદાય

દીકરી મારા ઘરનો દીવો
    દીકરી તુલસી ક્યારો રે...
દીકરી મારી નાનકડી પરી
    પાટી પેન લઈ ભણવા જાતી..
મમ્મી પપ્પાની લાડકવાઈ
    લક્ષ્મીનો અવતાર રે...
દીકરી મારી લાડકવાયી
    દિવસે દિવસે મોટી થાતી રે..
વાત આવી લગ્નની
    હૈયુ મારું ભરાઈ ગયું રે...
થાશે હવે દીકરી પારકી
    પિયરની મમતા મૂકી રે...
સાસરીયુ શોભાવશે
    સંપથી રહેશે સૌની સાથે રે..
સપ્તપદીના વચન પાડશે
    પારકાને પોતિકા કરશે રે..
હસતું ખીલતું ઘર મારું
    વિદાયથી થશે ખાલીખમ રે...
કંકુ થાપા દઈને થશે
    વિદાયની વસમી વેળા રે...

દેશ અમારો

દેશ અમારો સૌથી પ્યારો; ભારત દેશ અમારો.

હતું શાસન અંગ્રેજોનું.

વેઠી ગુલામી ઘણી પ્રજાએ.

થયા અત્યાચાર અનેક.

અન્યાયો વેઠીયા પારાવાર.

મેળવવા મહામૂલી આઝાદી.

દેશ અમારો.........

કર્યા બાપુએ આંદોલનો ઘણા;

આપ્યા બલિદાન વીર સપૂતોએ,

ત્યારે ઉગ્યો સુરજ સોનાનો.

આવ્યો દિન 15 ઓગસ્ટ 1947 નો

થયો દેશ મુક્ત ગુલામી માંથી;

દેશ અમારો....

આનંદ ઉલ્લાસનું પર્વ બની રહ્યો,

ઉજવાયો રાષ્ટ્રીય તહેવાર.

રોશનીથી ઝગમગાટ થયો દેશ મારો;

રાષ્ટ્રગીત ગવાયું; મીઠાઈઓ વહેંચાઈ.

દેશ મારો......

દેશ છે મારો

આ ભૂમિ છે વીરોની,

　　જ્યાં જન્મ્યાં વીર શહીદો.

એવો દેશ છે મારો.....

　　સૌથી પ્યારો દેશ છે મારો.

આપ્યા અનેક બલિદાનો,

　　મરી ફીટવાની દેશ દાઝ છે.

સૌ ભારતવાસીઓમાં;

　　એવો દેશ છે મારો...

જ્યાં વહે પવિત્ર નદીઓ.

ગંગા, યમુના, સરસ્વતી.

　　રક્ષા કરે હિમાલય જ્યાં,

બનીને કુદરતી ઢાલ,

　　એવો દેશ છે મારો.....

　　છે સંસ્કૃતિ અતી પ્રાચીન;

વારસો પણ ઐતિહાસિક છે.

　　એવો દેશ છે મારો.....

જ્યાં રહે સૌ જન હળીમળીને,

　　ના કોઈ પ્રકારે ભેદભાવ.

છે બિનસાંપ્રદાયિક દેશ મારો.
          સૌને છે સમાન હક.
એવો ભારત દેશ છે મારો....

નંદ ઘેર આનંદ ભયો

થયો જનમ તારો જેલમાં હો કાન...

માતા છે દેવકીને પિતા વસુદેવ છે,

મધરાતે થયો તારો જન્મ હો કાન...

થઈ આકાશવાણી કાન મારશે મામા કંસને.

બચાવવા તાત મૂકી આવે નંદ ઘેર હો કાન....

ઉજવાય ધામ ધૂમથી જન્મદિવસ તારો.

ગાય તારા ગીત નંદ ઘેર આનંદ ભયો;

જય કનૈયા લાલકી, હાથી ઘોડા પાલકી.

પારણિયે ઝૂલાવે તને, પંજરી વહેંચે સૌને.

મટકી ફોડે ગોરસ ભરેલી હો કાન....

ગોપીઓ તને પ્રિય, ગાયો તને પ્રિય.

વધ કર્યો કંસનો કેદથી છોડાવ્યા માત તાત.

કાળી નાગ નાથિયો, અર્જુનનો રથ હાંક્યો હો કાન....

અર્જુનને ઉપદેશ આપ્યો ગીતામાં સચવાયો.

વૃંદાવનમાં રાસ રમાય, ગોકુળઅષ્ટમી ઉજવાય હો

કાન...

ઉડે ઉડે અબીલ-ગુલાલ ઉજવાય જનમાષ્ટમી.

નામ આપું

ફરી વાતાવરણ ભીનું થયું ફૂલો હસી ઊઠ્યા.

તમારી યાદનું એકાંત ઘેરાઈ રહ્યું સઘળે.

મળો જો તમે સમયનું વેણ રોકી લઉં;

વિરહના દર્દને કહોતો મિલનનું નામ આપી દઉં.

મિલનનો કોલ આપો તો સ્વપ્નશીલ મનને રોકી લઉં;

ક્ષિતિજ બે સામ સામે શૂન્યને વિસ્તરતી ઉભી.

તમારા મૌનને મારા સ્વપ્નશીલ હૃદયની વાચા આપી દઉં.

સરતા શ્વાસને આવા ગમનનું નામ આપી દઉં.

છૂટી ગયેલી ક્ષણને સંકલનનું નામ

આપી દઉં.

શ્વાસે શ્વાસે સ્મરું તને રાત દિન,

કહેતો એને અનહદ પ્રેમનું નામ આપી દઉં .

નામ એક તારું

તું છે મારા મનનો માણીગર

મારા મનડા નો મીત....

તને શોધું તો કેમ કરી શોધું,

તું છે મારું જીવન સંગીત.

તું જ છે મારા હૈયા કેરો હાર.

હૈયાની હાટડીમાં નામ એક તારું

ક્ષણો ક્ષણો મન જપે તારું નામ.

ક્યારે આવે મને મળવાને રામ.

આવ એકવાર મારા મનને દ્વાર

દઉ નહીં જવા ક્ષણવાર..

તું મારી નૈયાનો તારણહાર.

સહુ હું કેવી રીતે અબોલા તારા.

તું તો છે શ્વાસ મારો.

ને હું છું ધબકાર તારો,.

તમે બનો જો કવિતા મારી.

હું બનું શબ્દો તમારા....

કંટક પંથે સ્મિત વેરીશું.

મહોરશું ફૂલની જેમ.

ધરતી આંગણ ઘડીક મિલન મેળા,

એકબીજાને જીતશું રે.
જાતને જાશું હારી......
ક્યાંય નમાય રે એટલો આજ તો.
ઉરને થાય ઉમંગ મારા માણીગર.

પુષ્પ

પુષ્પ સુગંધી
    મંદિર તણી શોભા
    પ્રસંગે રૂડા.
ચુસે રસ
    પુષ્પ તું કરમાય
    ના રસહીન
વેણીમાં શોભે
    લાલ, ગુલાબી, પીળા
    પુષ્પો મજાના.

પ્રતીક્ષા છે

આપ આવવાના છો માની લીધું છે મેં;

આપના આગમનના પગરવ સંભળાય છે મને.

રાત- દિવસ આપના આગમનની પ્રતીક્ષા છે.

ખુદા એવો સમય કોઈને ન આપે જુદાઈનો;

તમારું આવવું આંખનું બેનુર થવું.

મને શ્રદ્ધા છે, વિશ્વાસ પણ છે ઈશ પર,

અંદાજ આપની હાજરીનો બાગને આવી જશે.

તમારા પગરવ તાગી શકું છું હું.

ખોલાય એવા ઓરડા બંધ છે તુજ રાહમાં,

સ્વપ્નમાં પણ તારા પગરવ નો આભાસ થાય છે મને.

પ્રેમ છે

સાચો પ્રેમ મળે તો 'પ્રેમ પર્વ' ઉજવાય છે.

પ્રેમ કરાતો નથી; થઈ જાય છે.

ભાઈ બહેનના સંબંધમાં પણ પ્રેમ છે.

બંનેનો પ્રેમ કાચા દોરાથી બંધાય છે.

પતિ-પત્નીના સંબંધમાં પણ પ્રેમ છે.

પણ આ પ્રેમ આત્માના મિલનથી સચવાય છે.

દરિયો અને નદીના જળમાં પણ પ્રેમ છે.

દરિયાને મળી, આનંદિત સરિતા ખારી થઈ જાય છે.

આજના લફરાબાજ લોકોને પ્રેમીનું બિરુદ અપાય છે.

ત્યારે સાચા પ્રેમીઓનું અપમાન થાય છે.

પ્રેમમાં કોઈ અપેક્ષા ન હોય, ત્યાગ હોય.

પ્રેમ તો સંપૂર્ણપણે નિ:સ્વાર્થ હોય છે.

ત્યારે જ તો એને સાચો પ્રેમ કહેવાય છે.

એક મતલબી ભ્રમર ફૂલનો રસ ચુસી જાય છે.

ડાળી તેના પ્રેમમાં વિરહનો દર્દ ભૂલી જાય છે.

પ્રેમ તારો

જ્યારે તને જોઉ છું;

    તરસી આંખોને અમી મળી રહે છે.

તારા આગમનથી જાણે;

    પાનખરમાં પણ વસંત લાગે છે.

પ્રેમ પામવા તારો હું,

    પથ્થરને પણ દેવ ગણી પૂજુ છું.

મળતા તારો પ્રેમ મને;

    થઈ છું હું તો ધન્ય ધન્ય.

વિશ્વાસ તારા પર છે,

    મને મારાથી પણ અતૂટ.

ફુલ તારા બાગનું

બનવા ચાહું એક ફૂલ તારા બાગનું;
તારા જ્ઞાનરૂપી જળથી કરજે સિંચન.

અજ્ઞાનરૂપી નિંદણથી કરજે રક્ષા;
બનાવજે જ્ઞાનરૂપી ફુલ તવબાગનું,

તારી અપેક્ષાથી ઉતારું ભવપાર,
મારી નૈયાને કરજે પ્રભુ તું પાર!

કરી છે ભૂલો અગણિત જીવનમાં;
આપજે માફી હે દયાળુ! શ્રીહરી

આપજે સદબુદ્ધિ સુધારી શકું ભૂલોને;
માફી આપજે શરણમાં રાખજે કૃપા સિંધુ.

ફૂલ

ડાળીએ ફૂલ
    કાંટા પણ સાથે
    બગીચો શોભે.
ગુંજે ભ્રમર
    ફુલ પાંદડીનો
    મધુર રસ.
બને અત્તર
    મહેકે તન પર
    ફૂલ થકીય.

બ્રાહ્મક સૃષ્ટિ

તારે ને મારે જુગલજોડી,

    હતી કેવી નિરાળી;

શ્વાસને મિટાવી હું મારા,

    જીવન સમર્પિત કરવા ચાલી;

મારા હૃદયની સુવાસથી,

    તારું હૃદય મહેકાવા ચાલી;

જે જે વિતાવી પળો તારી સાથે,

    શું એ સમયની પસ્તી હતી?

જીવન પંથે મને જરૂર તારી હતી,

    મને શું ખબર બ્રાહ્મક સૃષ્ટિ હતી.

ડુબતી હતી સહારા વિના,

    તને લાગ્યું કાગળની કસ્તી હતી?

ભક્તિ તારી

હે ઈશ્વર! અમે તારા સર્જન તારા રમકડા;

કેવી રીતે કરવી ભક્તિ તારી ન પડે સમજ.

અગણિત ઉપકાર અમ પર તારા;

સવાર -સાંજ, રાત-દિવસને વરસો,

અમે રહ્યા તારા અબુધ બાળકો;

અમને લત ક્રોધ, કામ, રાગ, દ્વેષની;

તું પૂર્ણ છે પ્રભુ! પણ અમે તો અપૂર્ણ,

અપૂર્ણ ખરાને; અધૂરા પણ ખરા,

હે ઈશ્વર! અમારી ભક્તિનો કર સ્વીકાર.

તવ ભક્તિ થકી થશે અમારો જન્મ સફળ.

મને ન ઓળખી?

મને ન ઓળખી?

હું કવિતા છું.

મારા વાચકો અનેક.

મારા લેખકો અનેક.

હું કવિતા છું.

મારા ચાહકો અનેક,

કાગળ કલમની દોસ્તી મારી.

હું કવિતા છું

જેણે જેણે કરી રચના મારી,

એવા-એવા રૂપમાં ઢળી.

હું કવિતા છું.

મારા અલગ અલગ પ્રકાર

હું કવિતા છું.

મળ્યો મને તું

મબલખ માનવીના આ મહેરામણ
એમાં મળ્યો મને તું,
ચાહ્યો મેં તને જીવથી પણ વધારે;
મળ્યા આપણે અનેક વાર,
વાતો કરતા એક મેકના સુખ દુઃખની,
હાથમાં હાથ નાખી ફરતા ઘણું.
પણ ખરી પરીક્ષા તો ત્યારે થઈ,
જ્યારે વાત આવી લગ્નની,
એને કહું માફ કરજે મને.
કેમ આવું થયું? મને ન સમજાયું
હૂતા એક મેકના પ્રેમમાં પાગલ
થયું આવું શીદને મને ન સમજાયું,
જેની સાથે જીવ જોડ્યો
એણે જ કેમ કર્યો દગો?
મને ન સમજાયું.

માનવતાની તસવીર

સૌ કહે છે ગૌમાતામાં વાસ છે તેત્રીસ કરોડ દેવોનો.

ખાય કચરોને કોથળીઓ જ્યાં ત્યાં ચર્ચા કરે.

થઈ તસવીર મારા કેમેરામાં કેદ.

સવાર થતા નીકળી લટાર મારવા જ્યાં.

ફૂટપાથ પર ભૂખ્યા, ઉઘાડા, ટળવળત બાળકોની,

થઈ એવી તસ્વીર મારા કેમેરામાં કેદ.

સ્વચ્છતાના નારા લગાવીએ સૌ સાથે મળી.

જોયા જ્યા ત્યાં ઢગ કચરાના ગંદકીના.

થઈ એવી તસવીર મારા કેમેરામાં કેદ.

દેશ બનાવો છે સૌને પ્રદૂષણ મુક્ત પણ

જંગલોનું કરીએ છીએ નિકંદન જમીન માટે.

થઈ એવી તસવીર મારા કેમેરામાં કેદ.

સૌ બનીએ સાચા વિશ્વમાનવ દેશ માટે.

ઉજાગર કરીએ દેશમાં સાચી માનવતા દાખવીને.

થઈ એવી તસવીર મારા કેમેરામાં કેદ.

વધુ વૃક્ષો વાવીએ, પ્રદૂષણ મુક્ત દેશ બનાવીએ.

ગરીબી, બેકારી ઓછી કરવાના કરીએ પ્રયત્નો.

તો સાચી માનવતાની તસવીર,

થાય કેમેરામાં કેદ.

માનવીય મૂલ્ય

ના અંકુશ છે, ના ગુલામી છે અનુશાસન

ઉપદેશ, આજ્ઞા, આદેશ છે અનુશાસન.

સ્થિતિ પૂર્ણ બને છે અનુશાસનથી.

વિનય-વિવેક સાથે સંબંધ છે અનુશાસનને.

નિયમિતતા, વિનય જેવા ગુણો વિકસે છે.

ઘોડાને લગામ, હાથીને અંકુશ, મનુષ્યને અનુશાસન.

સ્વાવલંબન કેળવતા મૂલ્યો થશે પ્રાપ્ત અનુશાસનથી.

શિસ્તબદ્ધ આચરણ માટે જરૂરી છે અનુશાસન.

આદર્શ જીવનવ્યવસ્થા જળવાય છે અનુશાસનથી.

સદ્ગુણોનો વિકાસ થાય છે અનુશાસનથી.

સુકાની વિનાની નાવ જેવું છે જીવન અનુશાસન વિના.

અનુશાસન બનાવે છે વફાદાર, ઈમાનદાર, પ્રામાણિક.

માનવીના મૂલ્યોના ઉત્થાન માટે જરૂરી છે અનુશાસન.

માયા તારી

હ્રદયના દરેક ધબકારે તારું નામ ચાલે છે,
મને માયા તારી મારામાં તું જ મહાલે છે,
આભારી છું આપની કે વસ્યા હૃદયે.
જીવન મારું હવે તમારા હવાલે છે;

મારૂ ગામડુ

ધરતી કરે છે જેને સાદ રે.......

એવું સુંદર રૂપાળું મારૂં ગામડું.

ખેડૂતો ખેતર ખેડે સાથમાં રે......

ભાથુ લઈ જાય ખેતર નારી.

રહેશે સૌ સાથે હળી મળીને રે.

એવું રૂડું રૂપાળું મારૂં ગામડું

લાગે ધરતીમાં એ ઓઢી રે...

લીલી હરિયાળી એવી ચુંદડી.

વનવગડે પંખીઓ કરે કિલ્લોલ રે.....

સુંદર મજાનું મારૂં ગામડું.

પતંગિયાની રંગબેરંગી પાંખોમાં......

રહેતાં વગડાની રૂડી કુંજરે.

ગુલાબ, જુહી, ચંપો, ચમેલી......

વાડે ઉગતા રંગબેરંગી ફુલ રે.

ફૂલ ગુલાબી મારૂં ગામડું.

મારો શોખ

મારી મનગમતી રચના, મારી કવિતા;

જે રાખે છે જીવંત મારા લેખનનો શોખ;

વ્યક્ત થાય છે મારા ભાવ અને ઊર્મિઓ.

મારી મનગમતી કવિતા.

છે પ્રેમનો પડાવ મારી કવિતામાં;

છે ઉરનો ઉનમાદ મારી કવિતામાં,

સઘળું ભૂલી જાઉં જ્યારે લખું હું મારી કવિતા,

મારી મનગમતી કવિતા.

છે પંખીઓનો કલરવ મારી કવિતા;

છે મેઘધનુષના રંગો મારી કવિતા,

છે પ્રથમ વર્ષના અમી છાંટણા મારી કવિતા,

મારી મનગમતી કવિતા.

વાંચું છું ઘણી ઘણી રચનાઓ,

પણ ગમે છે મને મારી કવિતા;

ઠાલવું મારા હ્રદય કેરો ભાવ એમાં.

મારી મનગમતી કવિતા.

મા

બોલ હે ઈશ્વર! મને કંડાર્યો તે,

હજુ તો હું કુંપળ માત્ર હતો.

વિકસવાનો અવસર મને મા એ આપ્યો.

માના હેતને પામવા જન્મધર્યો.

ઈશ્વર સમિ માને પૂજવાનો અવસર આવ્યો.

મા તારા આંસુ લૂછવા ને અવતાર્યો હું.

તારો ઋણ ચૂકવી ના શકું ક્યારેય.

માં તું છે જગત જનની તું છે સર્વોપરી.

લાખ પુણ્ય કમાયો ત્યારે મળ્યો તારી કૂખે જન્મ.

લખવા બેસુ મા વિશે તો

મને શબ્દો પણ ખૂટતા લાગે,

માની મમતા, પ્રેમઅને લાગણી,

ના શબ્દોથી મૂલવી શકાય.

લાગણીનો, ભાવનાનો મમતાનો

મા તારો આભાર ના માની શકું કોઈ રીતે.

જગતના સર્વ સંબંધોમાં,

છે સર્વશ્રેષ્ઠ સંબંધ માનો.

મેહુલા આવ

આવ રે મેહુલા આવ.....
વાટ જુએ તારા બાળ
        મેહુલા આવ...
ધરતી થઈ સૂકી બંજર,
નથી અનાજ કોઠી માહી;
        મેહુલા આવ....
ધરતી પુત્ર કરે વિનંતી હરીને,
એક એક બુંદ માટે વિહવળ;
        મેહુલા આવ.....
થાય બેબાકળા સૌ જન,
ચાતક નજરે જુએ સૌ રાહ;
        મેહુલા આવ....
સાંભળી પ્રથમ મેઘની વ્યથા જનની,
કર્યો હરિ એ ધરા પર ચમત્કાર;
        મેહુલો આવ્યો.....
થયું ગગન ઘનઘોર ને,
થયા વિજ ચમકારા આભમાં;
        મેહુલો આવ્યો...

મૈત્રી

મને મિત્રો મળ્યા મજાના;

    જે દુઃખના સમયે રોવા મને આપે ખભો,

મને આપે હૈયા ધારણા.

સુખના સમયે આપે આનંદનો ધોધ;

    સુખ દુઃખના સાથી મારા મિત્રો,

મને આપે હૈયાધારણા.

ગમે તેવી દોડધામની વચ્ચે હાશ કરીને;

    બેસી શકાય એવો વિસામો મિત્ર,

મને આપે હૈયા ધારણા.

ના મે દોર્યા નકશા મૈત્રીના;

    કે ના બનાવી મેં વ્યાખ્યા મૈત્રીની

જેના સાનિધ્યથી મળે હૈયા ધારણા.

યાદ કરજો

દોસ્તીના પ્યારા સંબંધમાંથી,

    મારા ગુસ્સાને જરાક બાદ કરજો.

ભૂલો થઈ છે મારાથી ઘણી,

    પણ મને જરાક માફ કરજો.

મારી હસ્તરેખામાં ન હતા,

    છતાં તમને ચાહવાની ભૂલ કરી છે.

મિત્રતાની દરેક મિસાલમાં,

    મારું નામ લઈને સાદ કરજો.

પડે જ્યારે જરૂર હમદર્દની,

    યાદ કરજો જરૂર પ્યારા દોસ્તને.

ના રહું આ સંગીન દુનિયામાં,

    ત્યારે પણ જરૂર યાદ કરજો.

રંગરસિયા

પાલવ મારો છોડી દેને રંગરસિયા;

તારા જેવા બીજા નથી મનવસિયા,

ક્યારે મને મળવા આવે રંગરસિયા;

જાત જાતના બહાના બતાવે મન વસીયા,

મીઠી તારી યાદ આવે રંગરસિયા;

લગની તારી લાગી મને મનવસીયા,

ચરણ કમળની દાસી તારી રંગરસિયા;

કાના મારા ઝાંખી દેજે મનવસીયા,

તારા નામે ભવસાગર તરુ રંગરસિયા;

જનમો જનમની લગની લાગી માનવસિયા.

તારા વિના ગમતું નથી રંગ રસિયા;

હું તો જપુ તારી માળા ઓ મનવસિયા

પાલવ મારો છોડી દેને રંગરસિયા.

લખ્યો કાગળ પ્રિયવરને

એક'દી લખ્યો में કાગળ મારા હરિવરને.

કે'દી આવો મળવા મને જોઉ રાહ તમારી.

એક નવલી પળ મળી છે લખવા તમને કાગળ.

એજ ક્ષણ વરસાદી રોમાંચની મળી છે પાછી.

થયું આખું ચોમાસુ મોકલું ટપાલમાં તમને.

સર્વત્ર જણાય છે ખાલીપો તમારા વિના.

તમારી સુવાસો આવતી રહે મુજ વી થી માં.

જોઉ અરીસામાં ચહેરો મારો દેખાવો મને તમે.

યાદ તમારી આવી હરઘડી પણ ન આવો તમે.

માટે આખું ચોમાસું મોકલ્યું ટપાલમાં તમને;

સ્વીકારજો મારી એકલતાનું ટપાલમાં ચોમાસુ.

મળવા આવી શકો તો આવજો શ્વાસ ચાલે છે

તમારી રાહમાં.

તમારું આવવું પણ છે જિંદગી મારી.

લાચાર વૃદ્ધત્વ

દિવસો તો ખેર કોઈનાય

સારા નથી રહ્યા.

ચાહ્યું હતું જેવું ઘડતર,

એવું ન થઈ શક્યું.

યુવાની અને વૃદ્ધત્વ,

વચ્ચે અંતર કેટલું.

એ અંતર પુરું ન કરી શક્યો,

લાચાર વૃદ્ધત્વ છે.

ચહેરા પર પડેલી કરચલી,

સંભળાય કાને ઓછું.

લાચાર આંખો જોઈ ન શકી,

છોડ હવે દર્દ તું.

ઘડપણમાં નથી તાકાત હવે.

એકલો ચાલી શકું કેટલું.

આંખોને કહું છું,

હવે તો શયન કરે.

વરસાદી મોસમ

શ્વાસ થઈ આવો વરસાદી મોસમમાં;

અને રહી જાઓ અંતરમાં તમે,

છે નકામી આ મોસમ જો પાસ નથી તમે.

હ્રદયમાં છો પણ સ્પર્શની મહોતાજ છું,

હ્રદયના દ્વાર જેવા ખોલ્યા;

વાછંટ તમારી યાદની ભીંજવી ગઈ.

જેમ આભ વરસે અનરાધાર;

એમ યાદ આવે તમારી અનરાધાર,

એકમેક વગર છે અધૂરી મોસમ;

વહી રહ્યું છે ચોમાસુ તમારી યાદનું.

સતત તમારા સ્મરણનો વરસાદ આ;

ભીંજવ્યા કરે મારા મન મંદિરને,

પણ તું ન આવે વરસાદી મોસમમાં.

થાય ધરા તૃપ્ત વરસાદી જળથી જેમ,

તમે આવો તો મારા નયનને તૃપ્તિ મળે,

તમારું આગમન મારા હ્રદયની ધરા પર;

એક નવું જોમ જગાવશે જીવતરમાં,

તમે જ મારી ધરા ને તમે જ છો ગગન મારા.

વસુ જઈ ઘાસમાં

જોઉ વરસાદી વાછંટને તો મને થાય,

હું પણ બની જાઉ ટીપુ પાણીનું;

અને વસુ જઈ ઘાસમાં.

જોઉ ફૂલને થાય મને ભમરો બની જાઉ.

કરું ગુંજારવ રંગબેરંગી ફુલ પર બેસી;

પાણીના ટીપે ઘાસમાં જઉ.

વાડ પર સુતેલી લીલાસ સઘળી,

જ્યારે થાય મેદાનમાં નિતરતી ત્યારે;

મન થાય પાણીના ટીપે ઘાસમાં જઉ.

બની જાઉ પતંગિયું રંગબેરંગી,

સૃષ્ટિના સર્વરંગ ભરી લઉ પાંખમાં;

અને પાણીના ટીપે ઘાસમાં જઉ.

વહેતા ઝરણાને ગરજતા વાદળને;

ટહુકો કરીને કહી દઉ હું કાનમાં,

પાણીના ટીપે જઉ ઘાસમાં.

વંદન દેશની માટી

ભારતભૂમિ પુણ્યવતી છે શાન અમારી.

જ્યાં જન્મ્યા અનેક વીર સપૂતો.

તુજને વંદન દેશ ની માટી.

હસતાં મુખે છાતી પર ગોળીઓ ખાનાર.

વીરોની, સત્યાગ્રહીઓની છે આ ભૂમિ.

વંદન વીર જવાનોને.

પ્રેમ શૌર્યનું રણસીંગુ ફુકવતા ગજવે

કર્મવીર, સત્યનિષ્ઠ, બળવાન યોદ્ધાઓ.

એવા યોદ્ધાઓને વંદન.

ધર્મધુરંધર, દયાનંદ, કલાપીની કુલ ભૂમિ.

યદુકુળ, તિલક, કૃષ્ણચંદ્રની રાજ્ય ભૂમિ.

તુજને વંદનદેશની માટી

ના કોઈ ઉંચનીચ, નાતજાતના ભેદભાવ

વેરભાવ ભૂલો એક જ દેશના વાસી.

વંદન દેશની માટીને.

આઝાદી માટે મરી ફિટનાર હિન્દુસ્તાનીની

ભસ્માંક્તિ ભૂમિ પર ચણજો એમની ખાંભી.

વંદન દેશની માટીને

સાચા હિન્દસુરાઓ જેણે લીધું વિજય સુકાન.

એવા ભારતના ભડવીરોને મારા સો સલામ.

જેણે અપાવી મહામુલી આઝાદી.

કોટી કોટી પ્રણામ એ બાપુને.

વંદન દેશની માટીને.

સૌ મળીને વંદન કરીએ મા ભારતીને.

જેણે પોશ્યા સૌ સંતાનોને.

વિજોગણ બનાવી

વિજોગણ બની તારી; નીરખી રહી તને હર ઘડી.

તમે નજર ચૂકી ગયા.

માન્યા ખુદા તમને છો અને રહેશો સદા.

પણ બંદા ન બની શક્યા.

વિયોગમાં તારા અશ્રુ રોકી સ્મિત ફરકાવ્યું.

તમે અશ્રુઓને હર્ષ માની લીધું.

રાખ્યા તમને હર ઘડી પલકો પર.

પલકો ઝુકાવી ગયા તમે.

અમે હાથ લંબાવી ઊભા રસ્તા વચ્ચે.

તમે માર્ગ બદલી ગયા.

એક સાથ એક સથવારો માની બેઠા તમને.

તમે મને વિજોગી બનાવી છોડી ગયા.

મૂક્યા તમને ઈશ્વરની હરોળમાં.

તમે ન બની શક્યા મારા.

ફરી રહી હતી અવની પોતાના ચક્રમાં.

હું તમારી વિજોગણ બની ફરતી રહી.

વિશ્વ ફોટોગ્રાફી દિન

કરતી સફાઈ ઘરમાં જયારે;

નીકળ્યા જુના ફોટોગ્રાફ્સ ત્યારે.

ફોટાના આલ્બમમાં ખોવાઈ ત્યારે;

હતા સૌ કેવા નિહાળ્યા ત્યારે.

એક પછી એક ફોટા ને જોયા ત્યારે;

ખોવાઈ ગઈ હું સ્મૃતિમાં ત્યારે.

કેવો હતો સમયએ જયારે;

રહેતા હળીમળીને સૌ સાથે.

સુખદુઃખ વહેંચે એકબીજાના જયારે;

હતી પોતીકી ભાવના સૌમાં ત્યારે.

જયારે જઈએ સાથે ફરવા ત્યારે;

પાડતા સૌ ફોટોગ્રાફ્સ ત્યારે.

વર્ષો પછી એ યાદગીરીનો ખજાનો કાઢતા જયારે;

જોઈને ખૂબ જ ખુશ થતા ત્યારે.

અવિસ્મરણીય એ યાદો ન ભૂલાય ક્યારેય.

થાય સઘળી યાદો હ્રદયના કેમેરામાં કેદ.

વીર શહીદો

સુરક્ષિત છે સીમાથી દેશ આપણો.
કર્યા સરહદના વાડા લોકોએ.

સરહદપર મરવાવાળા છે વીરશહીદો.
દેશની સુરક્ષાકાજ જેણે તજ્યા પ્રાણ.

આપીએ શ્રદ્ધાંજલિ એવા વીર જવાનોને.
મરી મિટવાની ભાવના છે દેશ માટે.

છોડ્યા માબાપ, ભાઈબહેન પણ.
છે એક લગન દેશ માટે કરવું કંઈક.

પાડ્યા ભાગલા અંગ્રેજોએ દેશના.
હિંદુ- મુસ્લિમ કર્યા વાડા નાતજાતના.

થઈ સીમાઓ દેશની અલગ-અલગ.
થયા તેનાત જવાનો સરહદ પર.

શબ્દોનું ચંદન

લખું કવિતામાં ગુણગાન હું તારા પ્રભુ!
શબ્દો મારા બની જાય સુગંધિત ચંદન

છે ગણિત ઉપકાર અમ પર તારા.
સી રીતે ગાવ હું ગુણગાન તારા?

છું અણસમજુ અજ્ઞાની બાળક તારો,
દે તવજ્ઞાન પ્રકાશ અમોને,

જેમાં બળે ધૂપસળી પોતે સુવાસ આપે સર્વત્ર.
ફુલ પોતે વિંધાય વેદના સહી માળા બને.

સેવા કાર્યો કરી મારી જાતને બનાવો ચંદન.
લખું કવિતા હું જ્યારે
કરજો મારા શબ્દોને ચંદન.

શું વિચારે છે?

તું શું વિચારે છે?

　જિંદગીની આવન જાવનનો,

દરેકે શું રાખવો હિસાબ?

　સમયે-સમયે લીધેલા શ્વાસનો.

પણ હિસાબ રાખવો જોઈએ?

　ઈશ્વરે લખેલા નસીબના પાને-પાને.

સુખ દુઃખનો હિસાબ રાખવો જોઈએ?

　બાળપણમાં મળેલા અનમોલ મિત્રો.

એ મિત્રતાનો પણ હિસાબ રાખવો જોઈએ?

　તારા મારા માં આપણું ખોવાઈ જાય છે.

નિસ્વાર્થ પ્રેમમાં પણ હિસાબ રાખવો જોઈએ?

　મળેલા સંબંધોને બે હિસાબ નિભાવો.

શ્યામ વગાડે રૂડી વાંસળી

વાંસ છેદાયને બને રે વાંસળી,

કદી સાંભળીને જીવ સંતોષાય રે,

　　શ્યામ વગાડે રૂડી વાંસળી રે....

વાંસળીના છેદન થકી સંભળાય રૂડા સૂર,

ગાયો ચરાવતા વનમાં કાન.

　　કાન વગાડે રૂડી વાંસળી.....

વાંસળીના સૂરથી ગાંડું થાય ગોકુળિયું

વાંસળી વગાડે નટવર નિંદરુ ઉડાડે,

　　શ્યામ વગાડે રૂડી વાંસળી.....

વનમાં સંભળાય રૂડા વાંસળીના સૂર.

વૃંદાવનમાં વાગે વેરણ વાંસળી રે,

　　બંસીધર વગાડે રૂડી વાંસળી...

વાંસળીના છેદન થકી સુરમાં રેલાવા,

વાસોને વન ઊગી નીકળી,

　　કાન વગાડે રૂડી વાંસળી......

સંતોષ છે

જેટલું છે સાગરમાં પાણી,

મારા હૃદયમાં પ્રેમ પણ એટલો છે.

મને સંતોષ છે મારા પ્રેમથી;

સાગરના સહવાસમાં રહેતા જેમ મોજા.

હર હંમેશ નિભાવે છે સાથ સાગરનો;

હું પણ તારા અવિરત પ્રેમને છોડી ન શકું.

સાગરને તો માત્ર મોજાનો સંબંધ છે.

મારેતો સંબંધનુ પણ બંધન થઈ ગયું ;

એકમેકના પ્રેમથી સંતોષ હોવો,

એજ તો છે સુખી જીવનની નિશાની;

સુખી જોડું

સંધ્યા ટાણે નભ દિસે રતુમડું,
        પુર્યા રંગ ઈશ્વરે અનેરા કંઈક.
પંખીઓ વિહરે મસ્ત ગગનમાં,
        ગીતો ગાતા કલરવ કરતાં,
મંદિર મહી ઘંટી વાગી ઝાલર ટાણે.
        સાંજ પડી નિસર્યા માળા ભણી,
બેઠા નિરાંતે વાતો કરતા સુખ-દુઃખની.
        અહો! કેવું સુખી જોડું બેહું છે,
એક પંખી ચડ્યું વિચારે;
        રહેવું સિદ એકલવાયું?
એમ વિચારી સજોડાને નીરખી રહ્યું.
        ઈશ્વરને પ્રાર્થિ રહ્યું.

સુંદર ચીર

વાલમના ઉપવનમાં નીસરી.

યાદોનાં મધુવનમાં વિસરી.

ઓરતા સમીપના જાગે નખશિખ.

સંધ્યાના પાલવડે હું તો ચીતરી.

સરતી નદીઓના ઘોડા પૂરને.

સાગરની ભરતીથી ઊઠેલા સૂરને.

શબ્દોના સ્પર્શ મને લાગે તારા મીઠા.

વાંસળીના સૂરમાં હું તો ચિતરી.

કોણ હશે બદલ તું સંધ્યાને પાલવે?

પલ પલ નવલા આ સુંદર ચીર.

સૌથી સવાયું

સંતોષી નર સદા સુખી;

કહેવાય છે બસ,

ખરેખર હોય છે કોઈને

સંતોષ જેવું કંઈ?

બળે છે બધાં અસંતોષની,

આગમાં બળતાની જેમ.

કરે છે દેખાદેખી બધાંની,

પછી થાય મનમાં અસંતોષ;

સુખી થવું છે સૌને પણ,

મહેનત નથી કરવી કોઈને.

ઈશ્વરે આપ્યું બધાને સુખ.

સંતોષ માનીને જીવીએ.

છે સૌથી સવાયું પાસ મારી,

એવો વિચારીને રહો.

છે સર્વ દુઃખોનું મૂળ અસંતોષ

સુખી થવું હોય તો રાખો સંતોષ.

હરિ પધારશે મારે ઘેર

આનંદના ઓધ ઉમટ્યા;

   ગીત મારે શું ગાવું?

બાંધ્યા મેં તો હિંડોળા ખાટ,

   વહાલો પધારશે મારે ઘેર.

મન મારું બહેલાવું હું તો;

   તૈયાર કરી મેં તો આરતી,

કંકુ, અબીલ, ગુલાલ, અક્ષત

   પ્રીતમ પધારશે મારે ઘેર.

ફૂલના મેં તો વાઘા બનાવ્યાં;

   ભાતભાતના બનાવ્યાં મેં તો ભોજનીયા,

   મુખવાસ બનાવ્યાં મન ભાવતા.

   હરિ પધારશે મારે ઘેર

સુંદર શણગારેલા મેં તો ઢોલીયા રે;

   કાગડોલે હું તો રાહ રે જોતી,

   આશા મારી પૂરી કરી હરી પધાર્યા ઘેર.

કંકુ - અક્ષતથી મેં તો હરિને વધાવ્યા

   હરિ પધાર્યા મારે ઘેર.

હીરના ચીર

નંદનો લાલ એ તો જશોદાનો જાયો છે.

હાલુ ..લુ લુ.. હાલ.. હાલુ ..લુલુ ..હાલ..

માખણનો ચોર એ તો મોરપંખ વાળો.

ગોપીઓનો વ્હાલો એ તો નટખટ કનૈયો.

હાલુ ....લુલુ ....હાલ .....હાલુ.... લુલુ ..હાલ..

બાળ સખા આવે રમકડા લાવે ઘણાં.

મામા-માસી આવે હીરના ચીર લાવે.

હાલુ ...લુલુ ...હાલ... હાલુ... લુલુ... હાલ....

ગોપીઓ રમાડે તને ગોવાળ રમાડે.

માતા જશોદા તમને લાડ લડાવે.

હાલુ ... લુલુ ...હાલ.... હાલુ... લુલુ... હાલ....

મોરપંખ વહાલું તને મોરલી રે વહાલી..

ગાયો તને વહાલી ગોવાળ તને વહાલા.

હાલુ..... લુલુ.... હાલ ...હાલુ ...લુલુ ..હાલ...

નજરો ન લાગે મારા રાજદુલારને.

ટીકુ કરું કાળું હું તો લઉ રે ઓવારણા.

હું છું એક બાળક

હું છું એક બાળક

મારે ફૂલ બનીને ફોરવું છે.

મારે ભમરો બનીને ગુંજવું છે.

મારે નદી બનીને વહેવું છે.

મારે ગીત મજાનું ગાવું છે.

હું છું એક બાળક

મારે સપનામાં પરીઓને જોવી છે

મારે ઢગલો રેતી નો કરવો છે.

એમાં ઘર-ઘર મારે રમવું છે.

મારે દાદા-દાદી સાથે ફરવું છે.

હું છું એક બાળક

મારે નિશાળે ભણવા જાવું છે.

મારે ભાઈબંધો સાથે રહેવું છે.

મારે ઘડિયા પાકા કરવા છે.

મારે બાળગીત ગાવા છે.

હું છું એક બાળક

મારે બાગ-બગીચા જોવા છે.

મારે હોડી-વિમાન જોવા છે.

મારે રેલગાડીમાં બેસવું છે.

મારા મનમાં ઘણી જિજ્ઞાસા છે.
હું છું એ બાળક

91